AF206771

Impressum
Verlag: BABADADA GmbH, Nedderfeld 112 , 22529 Hamburg
Geschäftsführer / Verlagsleitung: Harald Hof
Druck: Books on Demand GmbH, In de Tarpen 42, 22848 Norderstedt

Imprint
Publisher: BABADADA GmbH, Nedderfeld 112 , 22529 Hamburg, Germany
Managing Director / Publishing direction: Harald Hof
Print: Books on Demand GmbH, In de Tarpen 42, 22848 Norderstedt, Germany

trường học
shkolla

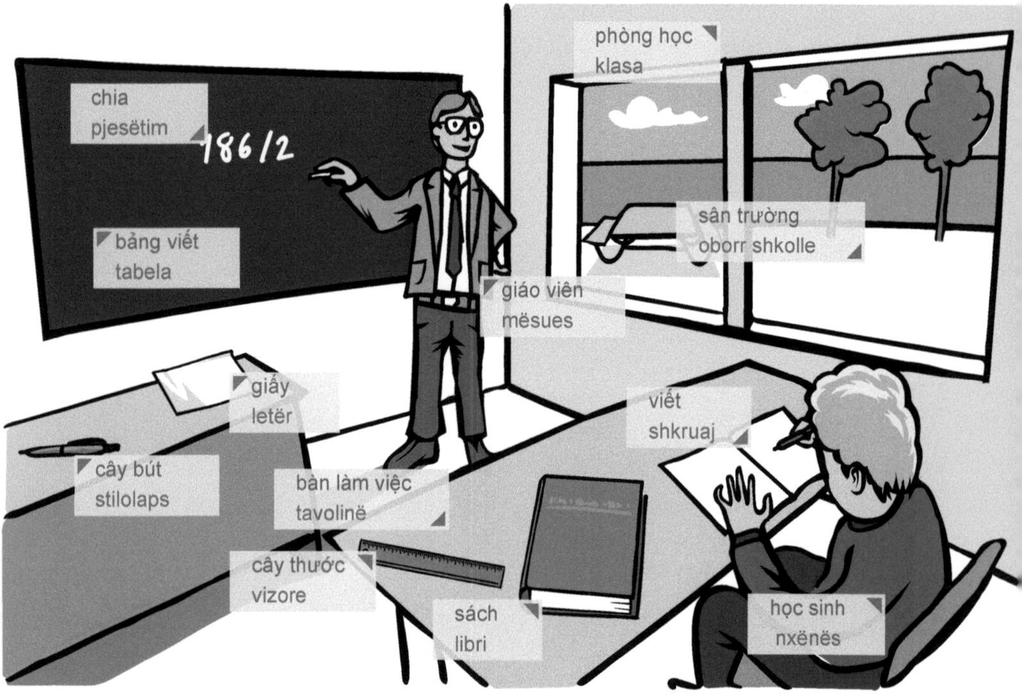
phòng học
klasa
chia
pjesëtim
186/2
bảng viết
tabela
sân trường
oborr shkolle
giáo viên
mësues
giấy
letër
viết
shkruaj
cây bút
stilolaps
bàn làm việc
tavolinë
cây thước
vizore
sách
libri
học sinh
nxënës

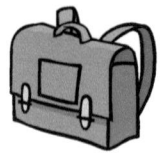

cặp đeo vai học sinh

çantë

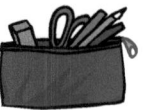

hộp đựng bút

mbajtëse lapsash

bút chì

laps

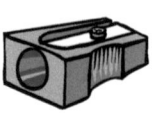

cái gọt bút chì

mprehës lapsash

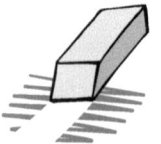

cục tẩy

gomë

tập giấy vẽ

fletore vizatimi

bản vẽ

vizatim

cọ vẽ

penel

hộp mực vẽ

kuti bojërash

cây kéo

gërshërë

keo dán

ngjitës

sách bài tập

fletore detyrash

bài tập ở nhà

detyrë shtëpie

số

numër

cộng

mbledh

trừ

zbres

nhân

shumëzoj

tính toán

llogaris

chữ cái

gërmë

bảng chữ cái

alfabeti

từ

fjalë

văn bản
tekst

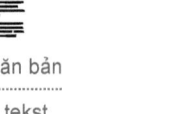

đọc
lexoj

phấn viết
shkumës

bài học
mësim

sổ lớp
regjistër

thi kiểm tra
provim

chứng chỉ
çertifikatë

đồng phục học sinh
uniformë shkolle

giáo dục
arsimim

từ điển bách khoa
enciklopedia

đại học
universitet

kính hiển vi
mikroskop

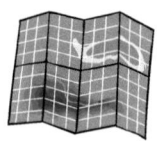

bản đồ
hartë

thùng rác giấy
kosh letrash

du lịch
udhëtim

khách sạn
hotel
Grand
nhà trọ
bujtinë
ROOMS
CHANGE
quầy đổi tiền
pikë këmbimi valutor
va li
valixhe
xe ô tô
makinë

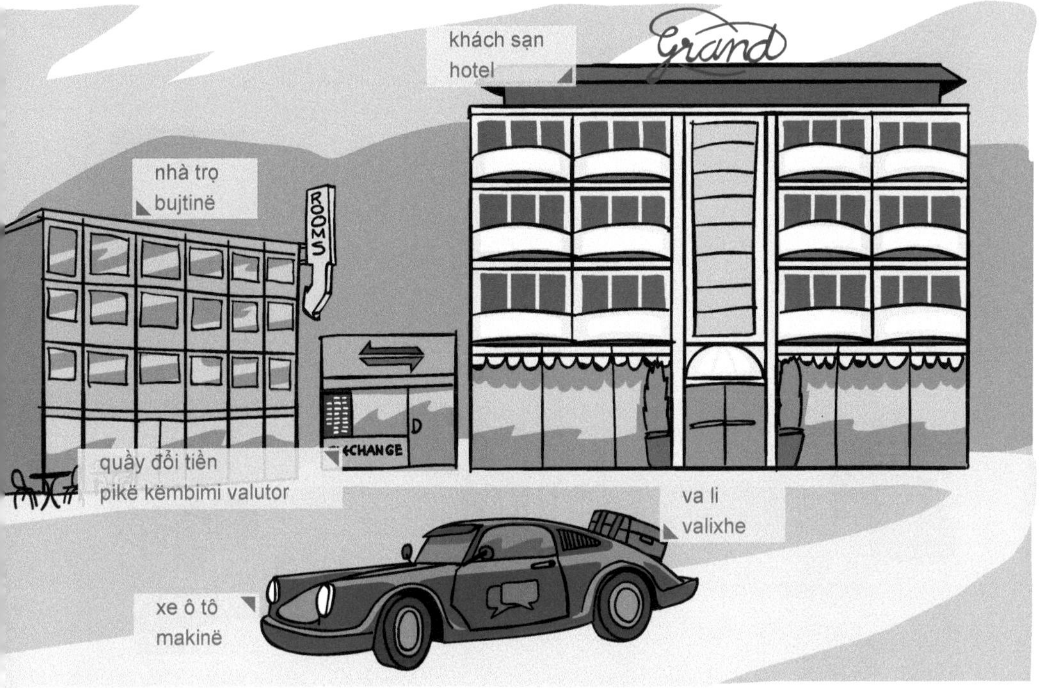

ngôn ngữ

gjuhë

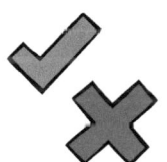

có / không

po / jo

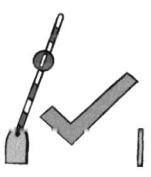

ô kê

Në rregull

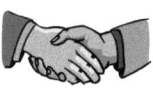

Xin chào

ç'kemi

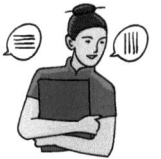

thông dịch viên

përkthyes

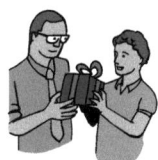

cám ơn

Faleminderit

... bao nhiêu tiều?

sa kushton...?

tôi không hiểu

nuk e kuptoj

vấn đề

problem

Xin chào! (buổi tối)

Mirëmbrëma!

xin chào! (buổi sáng)

Mirëmëngjes!

chúc ngủ ngon!

Natën e mirë!

tạm biệt

mirupafshim

hướng đi

drejtim

hành lý

bagazhet

túi xách

çantë

túi ba lô

çantë shpine

khách

mysafir

phòng

dhomë

túi ngủ

thes gjumi

lều

tendë

thông tin du lịch

informacion për turistët

bãi biển

plazh

thẻ tín dụng

kartë krediti

ăn sáng

mëngjes

ăn trưa

drekë

ăn tối

darkë

vé xe

Biletë

thang máy

ashensor

tem bưu điện

pulla

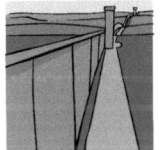

biên giới

kufi

hải quan

doganë

đại sứ quán

ambasadë

thị thực

vizë

hộ chiếu

pasaportë

vận chuyển

transport

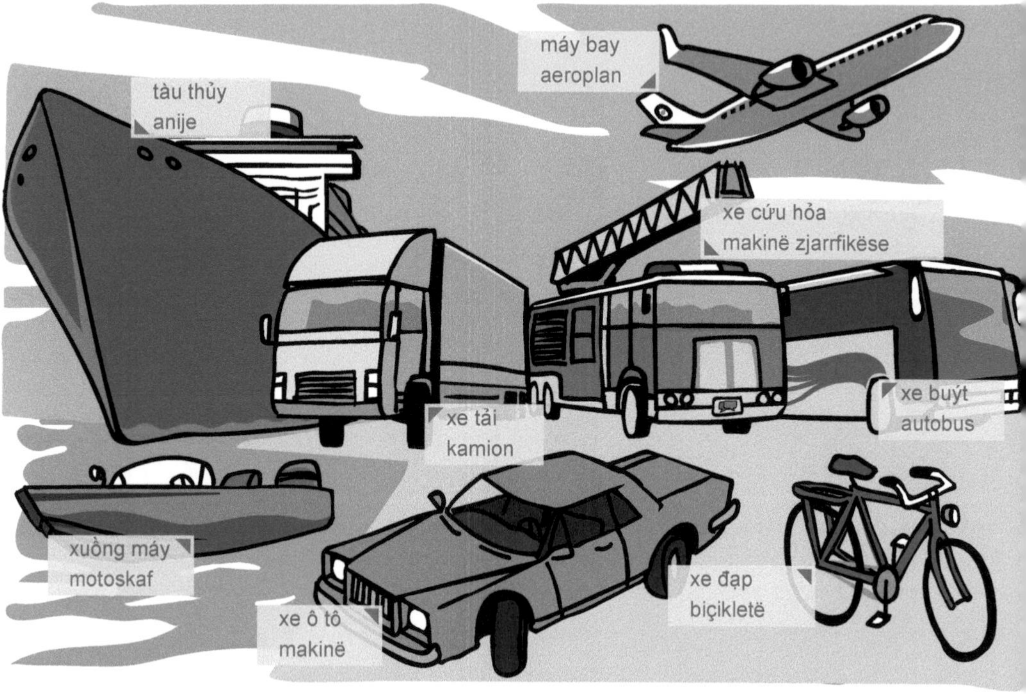

máy bay
aeroplan
tàu thủy
anije
xe cứu hỏa
makinë zjarrfikëse
xe tải
kamion
xe buýt
autobus
xuồng máy
motoskaf
xe đạp
biçikletë
xe ô tô
makinë

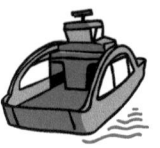

phà

traget

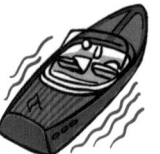

xuồng

varkë

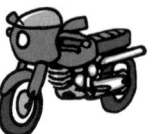

xe máy

motoçikletë

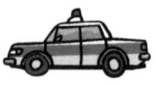

xe cảnh sát

makinë policie

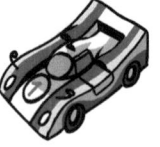

xe đua

makinë garash

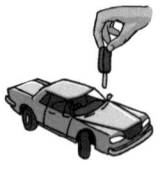

xe cho thuê

makinë me qira

dịch vụ thuê xe tự lái

ndarje e qirasë së makinës

xe kéo cứu hộ

karroatrec

xe rác

makinë plehrash

động cơ

motor

xăng

benzinë

trạm xăng

pikë karburanti

biển báo giao thông

sinjalistikë trafiku

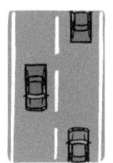

giao thông

trafik

ách tắc giao thông

bllokim trafiku

bãi đậu xe

parkim makinash

nhà ga

stacion treni

đương ray

trase

xe lửa

tren

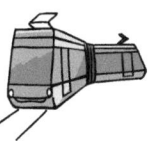

tàu điện

tramvaj

toa xe

karro

vận chuyển - transport

máy bay trực thăng

helikopter

sân bay

aeroport

tháp

kullë

hành khách

pasagjer

côngtenơ

kontenier

thùng các-tông

kuti kartoni

xe đẩy

qerre

cái giỏ

shportë

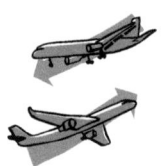

cất cánh / hạ cánh

ngrihem / ulem

thành phố

qytet

làng

fshat

trung tâm thành phố

qendra e qytetit

nhà

shtëpi

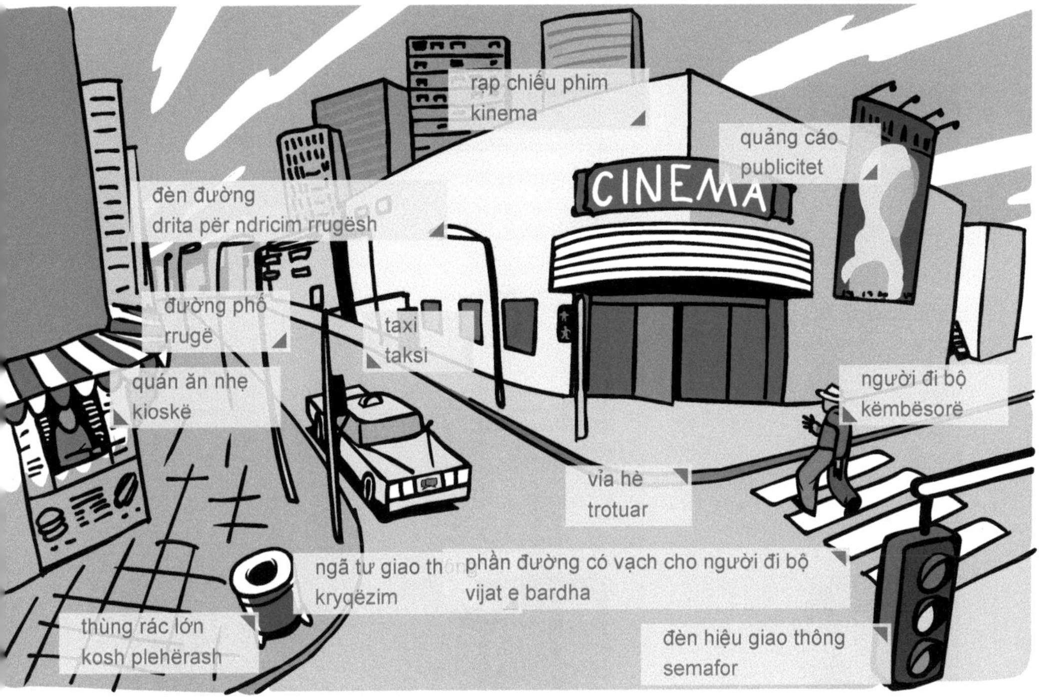

rạp chiếu phim
kinema

quảng cáo
publicitet

đèn đường
drita për ndricim rrugësh

đường phố
rrugë

taxi
taksi

quán ăn nhẹ
kioskë

người đi bộ
këmbësorë

CINEMA

vỉa hè
trotuar

ngã tư giao th
kryqëzim

phần đường có vạch cho người đi bộ
vijat e bardha

thùng rác lớn
kosh plehërash

đèn hiệu giao thông
semafor

nhà chòi

kasolle

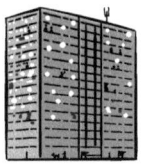

căn hộ

apartament

nhà ga

stacion treni

tòa thị chính

bashki

viện bảo tàng

muze

trường học

shkolla

đại học

universitet

ngân hàng

bankë

bệnh viện

spital

khách sạn

hotel

hiệu thuốc

farmaci

văn phòng

zyrë

hiệu sách

librari

cửa hiệu

dyqan

cửa hiệu bán hoa

dyqan lulesh

siêu thị

supermarket

chợ

market

cửa hàng bách hóa

mapo

người bán cá

dyqan peshku

trung tâm mua bán

qëndër tregtare

bến cảng

port

công viên
park

ghế băng
stol

cầu
urë

cầu thang
shkallë

tàu điện ngầm
metro

đường hầm
tunel

trạm xe buýt
stacion autobuzi

quán bar
bar

khách sạn
restorant

hòm thư công cộng
kuti postare

bảng hiệu đường
sinjalistikë rrugore

đồng hồ đậu xe
kohëmatës parkimi

vườn bách thú
kopsht zoologjik

bể bơi
pishinë

nhà thờ Hồi giáo
xhami

nông trại
fermë

ô nhiễm môi trường
ndotje

nghĩa trang
varrezë

nhà thờ
kishë

sân chơi
shesh lojërash

ngôi đền
tempull

phong cảnh
peisazh

lá cây
gjethe

bảng chỉ đường
tabela orientuese

lối đi
rrugë

bãi cỏ
livadh

hòn đá
gurë

người đi bộ đường dài
ekskursionist

cây
pemë

sông
lumë

cỏ
bar

bông hoa
lule

thung lũng
luginë

đồi
kodër

hồ nước
liqen

rừng
pyll

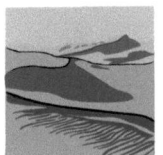

sa mạc
shkretëtirë

núi lửa
vullkan

lâu đài
kështjellë

cầu vồng
ylber

nấm
kepudhë

cây cọ
palmë

con muỗi
mushkonjë

con ruồi
mizë

con kiến
milingonë

con ong
bletë

con nhện
merimangë

bọ cánh cứng

brumbull

con ếch

bretkosë

con sóc

ketër

con nhím

iriq

con thỏ

lepur

con cú

buf

con chim

zog

thiên nga

mjellmë

heo rừng

derr i egër

con hươu

dre

nai sừng tấm

dre brilopatë

đê

digë

tuabin gió

turbinë ere

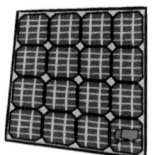

tấm năng lượng mặt trời

panel diellor

khí hậu

klimë

khách sạn
restorant

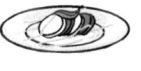

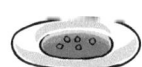

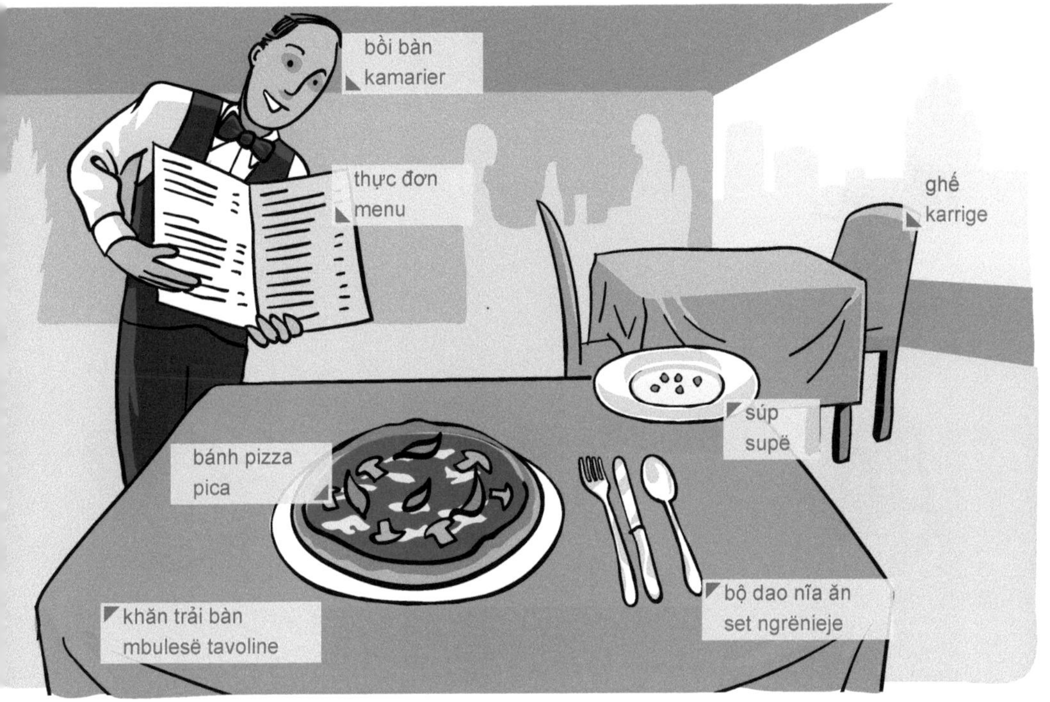
bồi bàn
kamarier
thực đơn
menu
ghế
karrige
súp
supë
bánh pizza
pica
bộ dao nĩa ăn
set ngrënieje
khăn trải bàn
mbulesë tavoline

món ăn khai vị

pjatë e parë

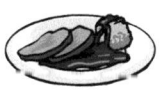

món ăn chính

pjatë kryesore

món tráng miệng

ëmbëlsirë

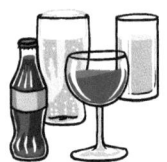

thức uống

pije

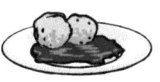

thức ăn

ushqim

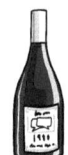

cái chai

shishe

thức ăn nhanh

ushqim i shpejtë

thức ăn đường phố

ushqim i shërbyer në rrugë

ấm trà

ibrik çaji

hộp đường

kuti sheqeri

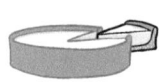

khẩu phần

racion

máy pha espresso

makinë kafeje ekspres

ghế cao

karrige e lartë

hóa đơn

faturë

khay

tabaka

dao

thika

nĩa

pirun

thìa

lugë

thìa uống trà

lugë çaji

khăn ăn

pecetë

cốc thủy tinh

gotë

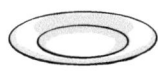

đĩa

pjatë

đĩa súp

pjatë supe

đĩa lót cốc

pjatë filxhani

nước sốt

salcë

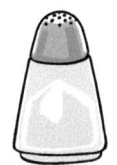

lọ muối

mbajtëse kripe

cái xay tiêu

mulli piperi

giấm

uthull

dầu

vaj

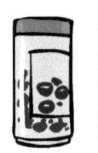

gia vị

erëza

nước xốt cà chua

keçap

tương hạt cải

mustardë

nước sốt mayonnaise

majonezë

siêu thị

supermarket

chào giá đặc biệt
ofertë speciale
FOR
khách hàng
klient
sản phẩm từ sữa
produkte bulmeti
trái cây
frut
xe đẩy mua sắm
karrocë pazari

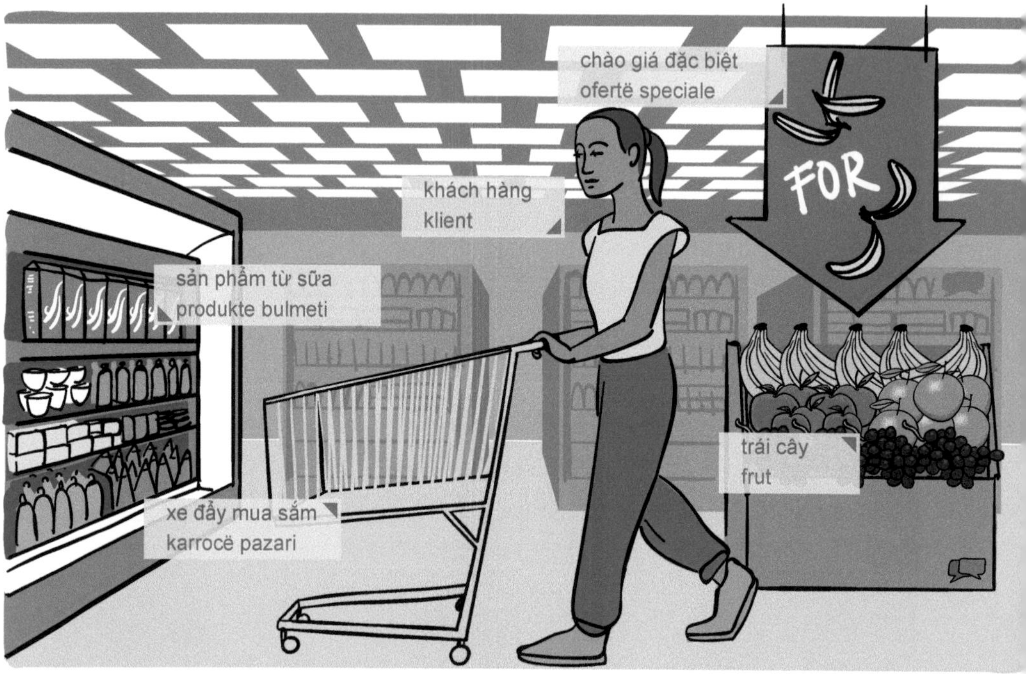

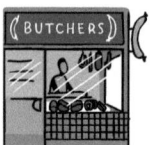

BUTCHERS

lò mổ

dyqan mishi

BAKERY

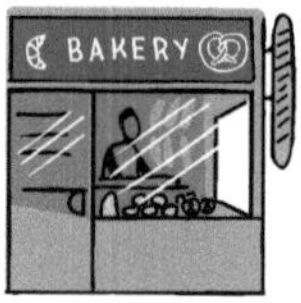

cửa hiệu bán bánh mì

furrë buke

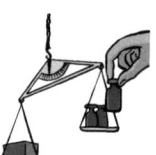

cân nặng

peshoj

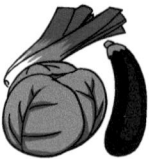

rau quả

perime

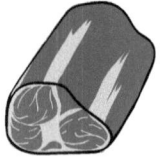

thịt

mish

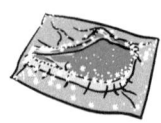

thức ăn đông lạnh

ushqim i ngrirë

lát thịt nguội

copë

đồ hộp

ushqim i konservuar

bột giặt

pluhur larës

đồ ngọt

ëmbëlsirat

sản phẩm dùng trong gia đình

prodhime shtëpie

chất tẩy rửa

produkte pastrimi

người bán hàng

shitëse

quầy trả tiền

kasë fiskale

nhân viên thu ngân

arkëtar

danh sách mua sắm

listë blerjeje

giờ mở cửa

oraret e punës

ví tiền

portofol

thẻ tín dụng

kartë krediti

túi đeo

çantë

túi ny lông

qese plastike

nước

ujë

nước quả ép

lëng frutash

sữa

qumësht

coca-cola

koka-kola

rượu vang

verë

bia

birrë

cồn

alkool

cacao

kakao

trà

çaj

cà phê

kafe

espresso

kafe ekspres

cappuccino

kapuçino

chuối

banane

quả táo

mollë

quả cam

portokalle

dưa hấu

pjepër

chanh

limon

cà rốt

karrotë

tỏi

hudhër

tre

bambu

củ hành

qepë

nấm

kërpudha

hạt dẻ

arra

mì

makarona

mì spaghetti

spageti

cơm

oriz

xà lách

sallatë

khoai tây chiên

patate të skuqura

khoai tây chiên

patate të skuqura

bánh pizza

pica

bánh hamburger

hamburger

bánh mì sandwich

sanduiç

thịt côtlet

shnicel

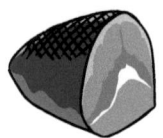
thịt giăm bông

proshutë

xúc xích

sallam

dồi

salçiçe

gà

pulë

rán

skuq

cá

peshk

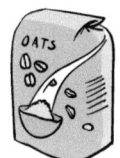

cháo yến mạch

tërshërë

cháo muesli

drithëra

bánh bột ngô nướng

kornfleiks

bột mì

miell

bánh sừng bò

kruasant

bánh mì

panine

bánh mì

bukë

bánh mì nướng

tost

bánh bích quy

biskotë

bơ

gjalp

sữa đông

gjizë

bánh ngọt

tortë

trứng

vezë

trứng rán

vezë sy

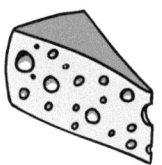

pho mát

djathë

kem

akullore

đường

sheqer

mật ong

mjaltë

mứt

marmaladë

kem nougat

çokokrem

cà ri

këri

thức ăn - ushqim

nông trại
fermë

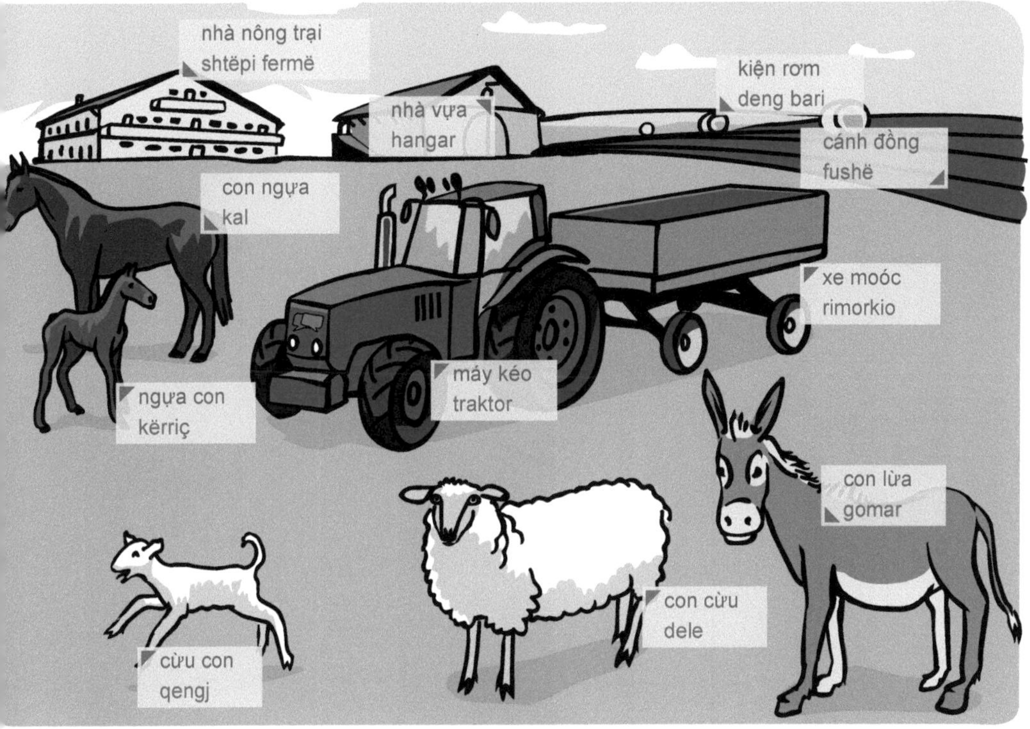

nhà nông trại
shtëpi fermë
nhà vựa
hangar
kiện rơm
deng bari
cánh đồng
fushë
con ngựa
kal
xe moóc
rimorkio
máy kéo
traktor
ngựa con
kërriç
con lừa
gomar
con cừu
dele
cừu con
qengj

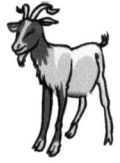

con dê
dhi

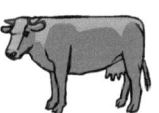

con bò
lopë

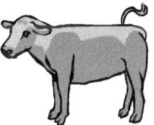

con bê
viç

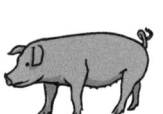

con lợn
derr

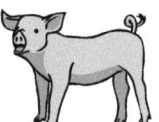

lợn con
derrkuc

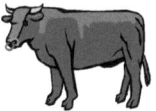

bò đực
dem

con ngỗng

patë

con vịt

rosë

gà con

zog pule

gà mái

pulë

gà trống

gjel

con chuột

mi

mèo

mace

chuột nhắt

mi

bò đực

buall

con chó

qen

nhà chuồng chó

kolibe qeni

ống tưới vườn cây

zorrë vaditëse

thùng tưới cây

vaditëse

lưỡi hái

kosë

cái cày

plug

cái liềm

drapër

cái cuốc

shat

cái chĩa

kosa

cái rìu

sëpatë

xe cút kít

karrocë

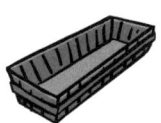

máng ăn

govatë

lọ sữa

bidon qumështi

bao tải

thes

hàng rào

gardh

chuồng

ahur

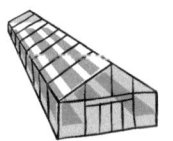

nhà kính trồng cây

serë

đất trồng

dhe

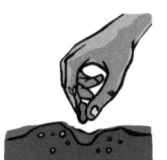

hạt giống

farë

phân bón

pleh

máy gặt đập liên hợp

autokombanjë

thu hoạch

korr

mùa thu hoạch

te korrat

khoai lang

patate e ëmbël "Yam"

lúa mì

grurë

đậu nành

soja

khoai tây

patate

ngô

misër

hạt cải dầu

raps

cây ăn trái

pemë frutore

sắn

zhardhok manioku

ngũ cốc

drithëra

nhà
shtëpi

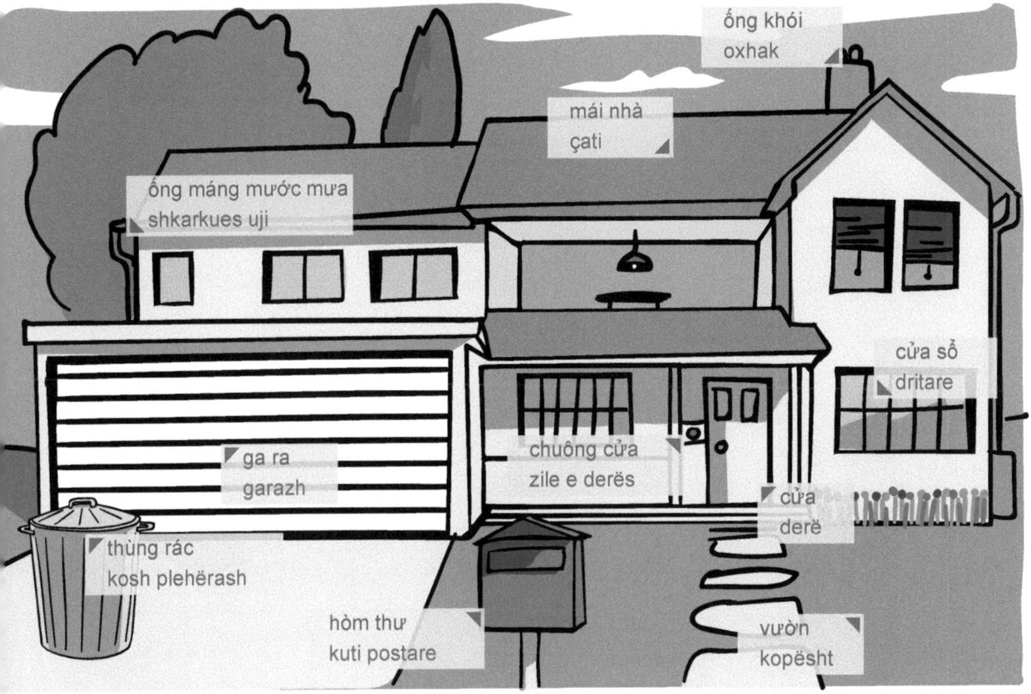
ống khói
oxhak
mái nhà
çati
ống máng mước mưa
shkarkues uji
cửa sổ
dritare
chuông cửa
zile e derës
ga ra
garazh
cửa
derë
thùng rác
kosh plehërash
hòm thư
kuti postare
vườn
kopësht

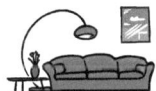

phòng khách
dhomë ndenjeje

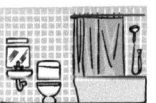

phòng tắm
tualet

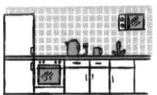

bếp
kuzhinë

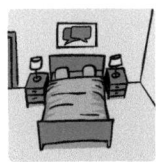

phòng ngủ
dhomë gjumi

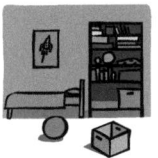

phòng trẻ em
dhomë fëmijësh

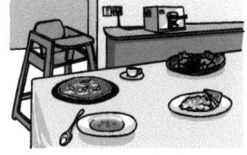

phòng ăn
dhomë ngrënieje

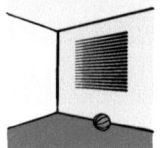

nền nhà
dysheme

tường
mur

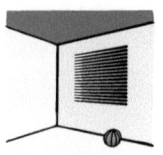

trần nhà
tavan

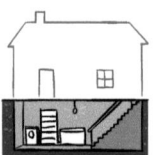

tầng hầm
bodrum

tắm hơi
sauna

ban công
ballkon

sân hiên
tarracë

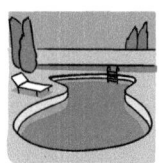

bể bơi
pishinë

máy cắt cỏ
kositëse bari

khăn trải giường
çarçaf

khăn trải giường
kuvertë

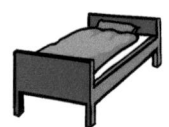

giường
krevat

chổi
fshesë dore

cái xô
kovë

công tắc điện
çelës

phòng khách
dhomë ndenjeje

giấy dán tường
tapiceri
hình ảnh
fotografi
đèn
llambë
cái kệ
raft
tủ
dollap
ti vi
pajisje televizive
lò sưởi
vatër
bông hoa
lule
gối
jastëk
ghế sofa
divan
bình hoa
vazo
điều khiển từ xa
telekomandë

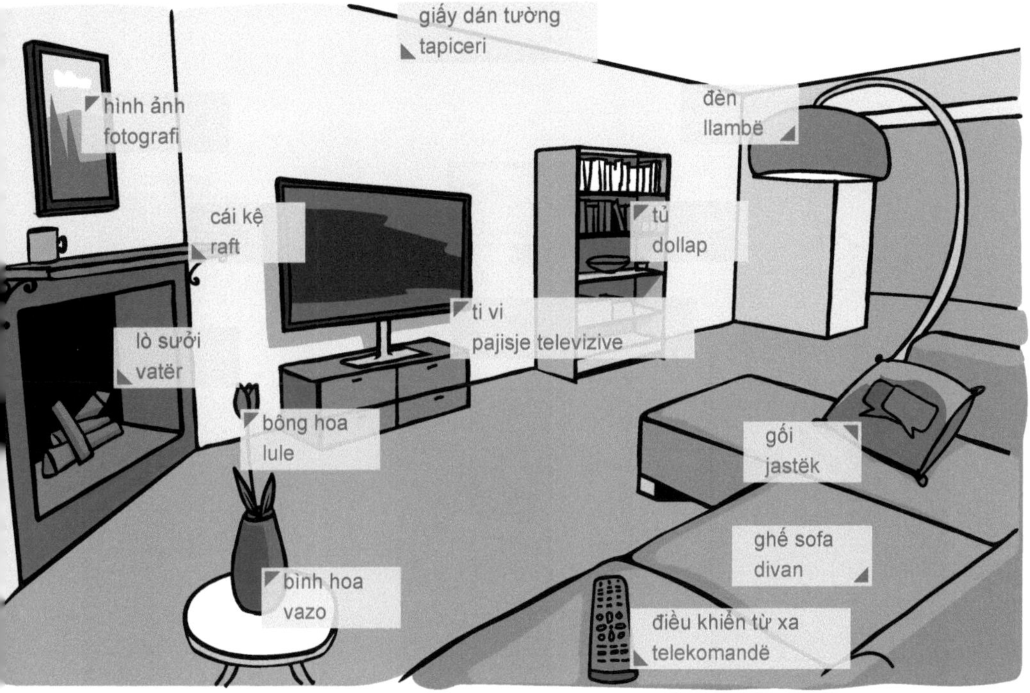

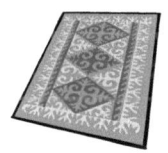

thảm
qilim

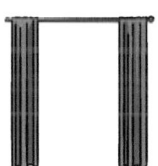

rèm
perde

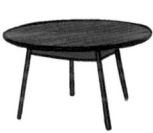

cái bàn
tavolinë

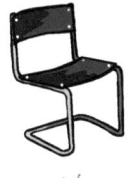

ghế
karrige

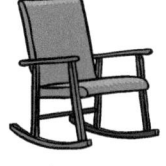

ghế bập bênh
karrige lëkundëse

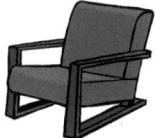

ghế bành
kolltuk

sách

libri

cái chăn

batanije

đồ trang trí

zbukurime

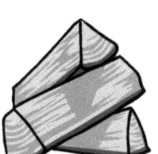

củi

dru zjarri

phim

film

máy hi-fi

stereo

chìa khóa

çelës

báo

gazetë

bức tranh

pikturë

áp phích

afishe

radio

radio

sổ ghi chép

bllok shënimesh

máy hút bụi

fshesë me korent

cây xương rồng

kaktus

cây nến

qiri

bếp
kuzhinë

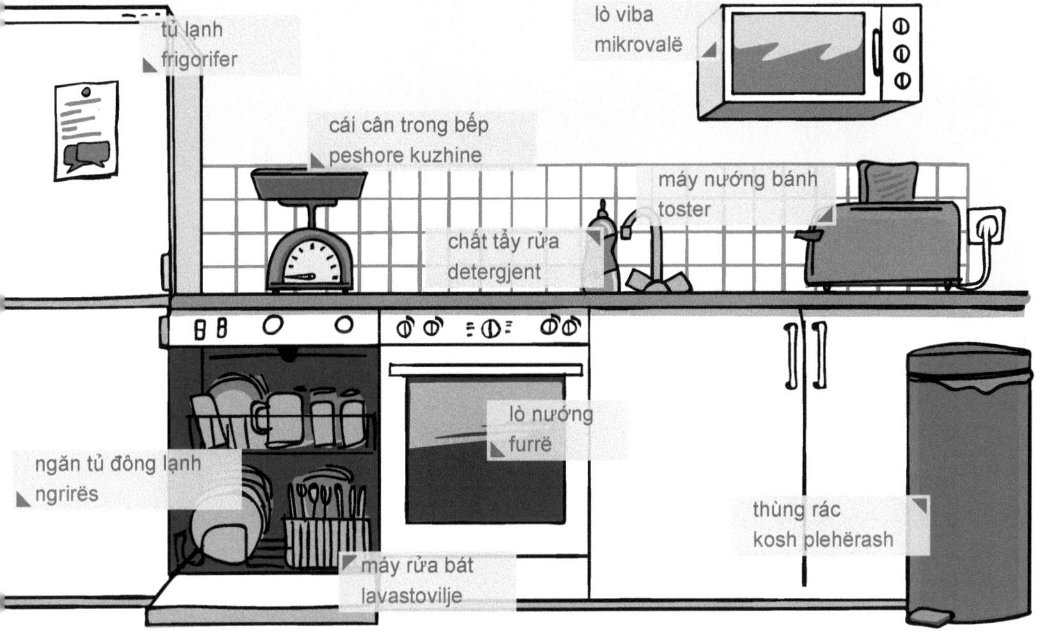
tủ lạnh
frigorifer
lò viba
mikrovalë
cái cân trong bếp
peshore kuzhine
máy nướng bánh
toster
chất tẩy rửa
detergjent
lò nướng
furrë
ngăn tủ đông lạnh
ngrirës
thùng rác
kosh plehërash
máy rửa bát
lavastovilje

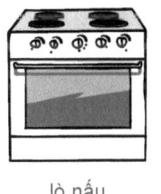

lò nấu

sobë

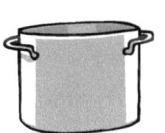

nồi

tenxhere

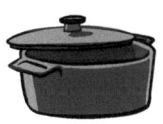

nồi sắt

tenxhere me kapak

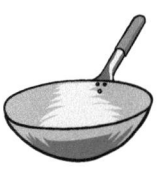

chảo

tigan special (Wok)

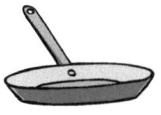

chảo

tigan

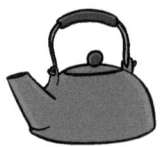

ấm đun nước

çajnik

nồi đun hơi

tenxhere me avull

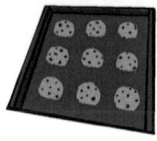

khay lò nướng

tavë pjekjeje

bát đĩa

enë

cốc

filxhan

cái bát

tas

đũa

shkopinj

cái vá

garuzhde

bàn xẻng

spatul

que đánh kem

tel kuzhine

rây dùng trong bếp

kulluese

cái rây lọc

sitë

cái nạo

rende

vữa

havan

vỉ nướng

skarë

ngọn lửa trần

zjarr

bếp - kuzhinë

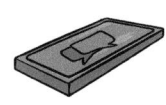

cái thớt

dërrasë për prerje

trục cán bột

okllai

cái mở nút chai

heqëse tapash

vỏ đồ hộp

kanaçe

cái mở vỏ đồ hộp

hapëse kanaçeje

miếng nhấc nồi

rrobë për të kapur
tenxheren

bồn rửa bát

lavaman

bàn chải

furçë

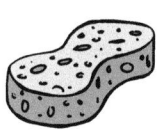

miếng xốp

sfungjer

máy xay

përzjerës

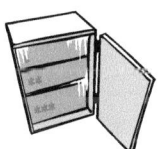

tủ đông lạnh

ngrirës

bình sữa cho trẻ sơ sinh

biberon për lëngje

vòi nước

rubinet

phòng tắm
tualet

lò sưởi
ngrohje
vòi hoa sen
dush
khăn lau
peshqirë
rèm che ngăn tắm
perde dushi
tắm bọt
vaskë me shkumë
bồn tắm
vaskë
cốc thủy tinh
gotë
máy giặt
lavatriçe
vòi nước
rubinet
gạch lát
pllaka
cái bô
oturak
bồn rửa bát
lavaman

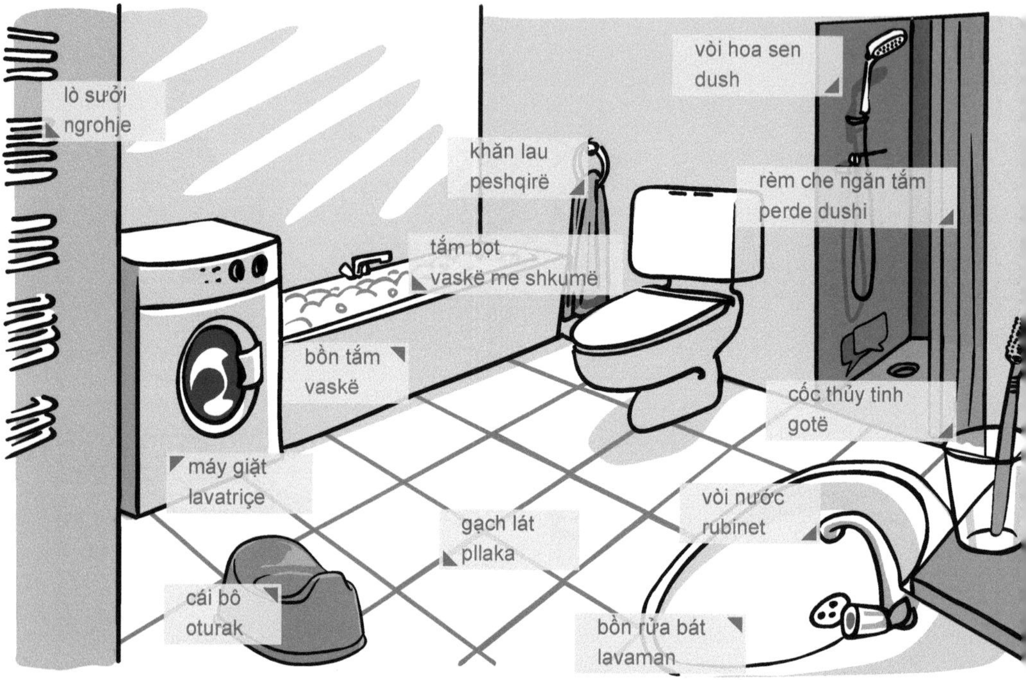

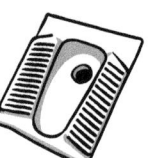

bồn cầu
tualet

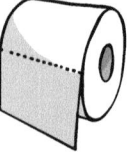

bồn cầu ngồi xổm
WC e sheshtë

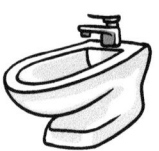

bồn rửa hậu môn
bide

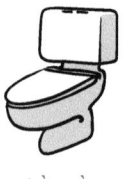

bồn tiểu tiện
tualet publik

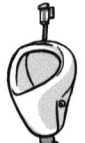

giấy vệ sinh
letër higjienike

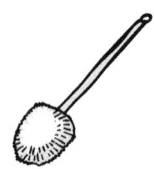

bàn chải cọ bồn cầu
furçe për WC

bàn chải đánh răng

furçë dhëmbësh

kem đánh răng

pastë dhëmbësh

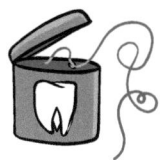

chỉ nha khoa

fije dentare

rửa

laj

vòi sen cầm tay

dorezë dushi

vòi rửa hậu môn

larës për zonën intime

bồn rửa

legen

bàn chải cọ lưng

furçë për masazh shpine

xà phòng

sapun

sữa tắm

shampo trupi

dầu gội

shampo

khăn cọ để tắm

leckë pastruese

lỗ thoát nước

kullues

kem

krem

chất khử mùi

antidjersë

gương

pasqyrë

gương tay

pasqyrë dore

dao cạo râu

brisk rroje

kem cạo râu

shkumë rroje

nước thơm dùng sau khi cạo râu

locion pas rrojes

cái lược

krehër

bàn chải

furçë

máy xấy tóc

tharëse flokësh

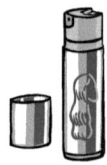

keo xịt tóc

llak për flokët

đồ trang điểm

grim

thỏi son môi

buzëkuq

sơn bôi móng

manikyr

bông

mbushje pambuku

kéo cắt móng

gërshërë për thonj

nước hoa

parfum

túi đựng đồ tắm

çantë për sendet personale

ghế đẩu

Stol

cái cân

peshore

áo choàng tắm

robëdëshambër

găng tay làm vệ sinh

dorashka gome

nút gạc

tampon

băng vệ sinh

peceta higjienike

nhà vệ sinh hóa chất

tualet I lëvizshëm

phòng trẻ em

dhomë fëmijësh

đồng hồ báo thức
orë me zile
thú bông
lodra me pellushë
xe đồ chơi
makinë lodër
cái lúc lắc
rraketake
nhà búp bê
shtëpi kukullash
món quà
dhuratë

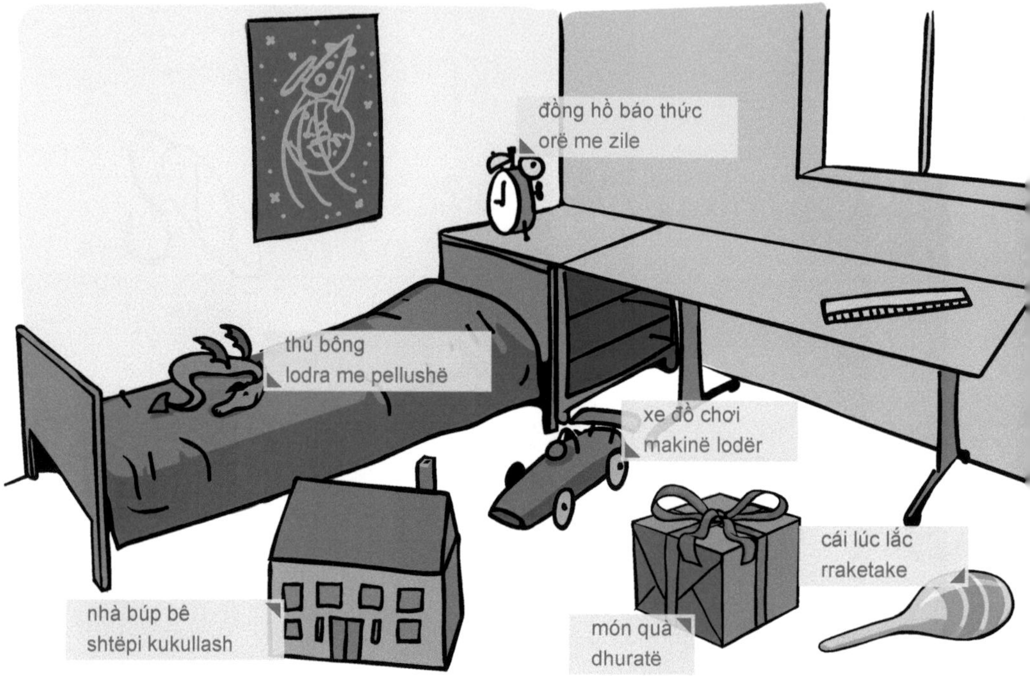

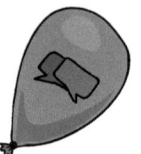

bong bóng

tollumbace

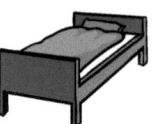

giường

krevat

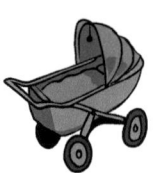

xe nôi

karrocë fëmijësh

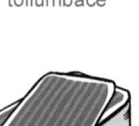

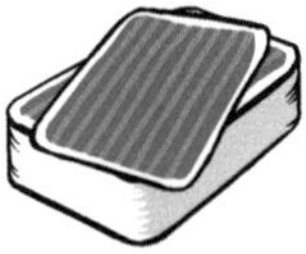

trò chơi bài

lojë me letra

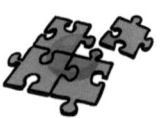

trò chơi ghép hình

bashkim pjesësh me figura

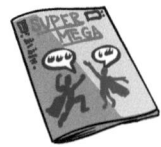

truyện tranh

komik

gạch Lego

formuese lodër

khối xếp hình

kuba plastikë

nhân vật hành động

lodra

áo liền quần cho trẻ sơ sinh

badi

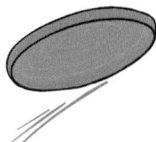

đĩa nhựa để ném

frizbi

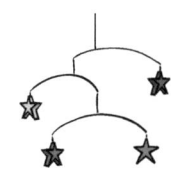

đồ chơi treo trên giường

lodra të varura tek krevati i fëmijëve

trò chơi cờ bàn

tavolinë lojërash

xúc xắc

zare

đồ chơi xe lửa mô hình

model treni

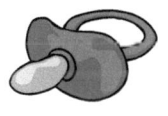

ti giả

biberon

buổi tiệc

festë

sách tranh

libër me ilustrime

quả bóng

top

búp bê

kukull

chơi

luaj

hố cát

grumbull rëre

cái đu

kolovarëse

đồ chơi

lodra

máy chơi game cầm tay

leva për lojra video

xe ba bánh

triçikël

gấu bông

arush prej pellushi

tủ quần áo

garderobë

y phục

veshje

bít tất

çorape

bít tất dài

çorape të gjata

quần tất

geta

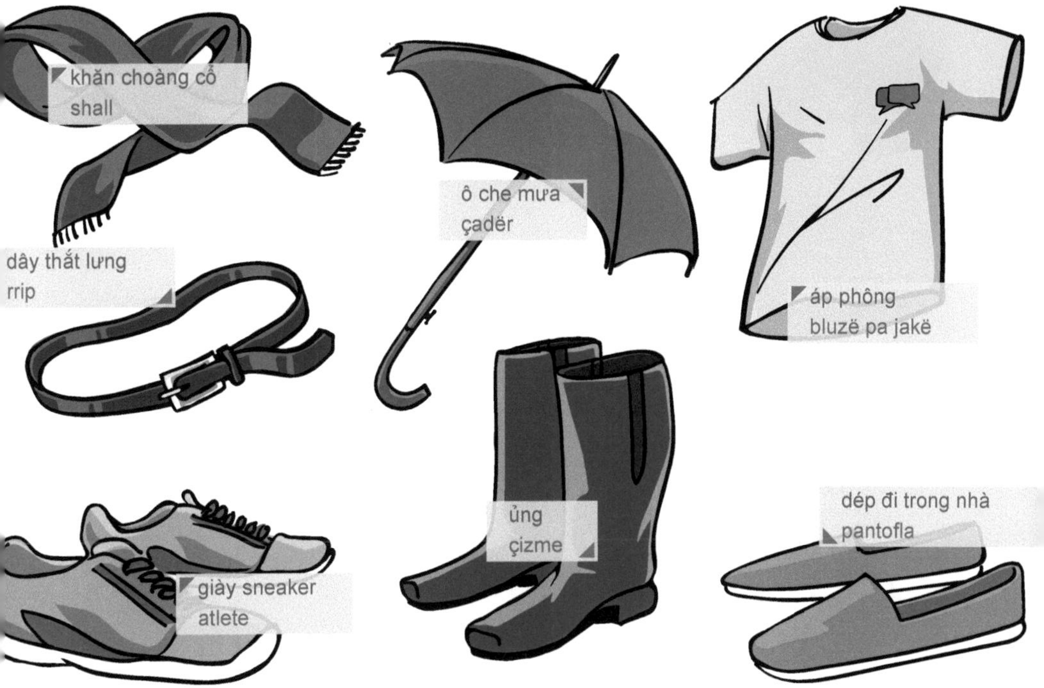

khăn choàng cổ
shall

ô che mưa
çadër

dày thắt lưng
rrip

áp phông
bluzë pa jakë

giày sneaker
atlete

ủng
çizme

dép đi trong nhà
pantofla

dép xăng đan
....
sandale

giày
....
këpucë

ủng cao su
....
çizme llastiku

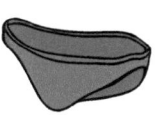

quần lót
....
të mbathura

áo ngực
....
reçipeta

áo vest
....
kanotierë

y phục - veshje

áo ôm sát cơ thể

trup

quần dài

pantallona

quần bò

xhinse

váy

fund

áo cánh

bluzë

áo sơ mi

këmishë

áo len chui đầu

pulovër

áo len

triko

áo blazer

xhaketë

áo jacket

xhaketë

áo khoác

pallto

áo mưa

mushama shiu

trang phục

kostum

áo váy

fustan

áo cưới

fustan nusërie

bộ com lê

kostum

áo ngủ

këmishë nate

pijama

pizhama

trang phục sari

sari (veshje tradicionale indiane)

khăn trùm đầu

shami koke

khăn đội đầu

çallmë

áo burka

veshje për femrat e besimit musliman

áo captan

kaftan (lloj veshjeje tradicionale)

áo aba

ferexhe

quần áo bơi

kostum banje

quần bơi

rroba banje

quần đùi

pantallona të shkurtra

quần áo tracksuit

tuta sporti

tạp dề

përparëse

găng tay

dorashka

cái cúc

kopsë

kính mắt

syze

vòng đeo tay

byzylyk

vòng cổ

gjerdan

nhẫn

unazë

hoa tai

vath

mũ lưỡi trai

kapuç

cái mắc treo áo quần

varëse për pallto

mũ

kapele

cà vạt

kravatë

dây kéo phéc mơ tuya

zinxhir

mũ bảo hiểm

helmetë

dây đeo quần

tiranda

đồng phục học sinh

uniformë shkolle

đồng phục

uniformë

yếm trẻ em

gushore

ti giả

biberon

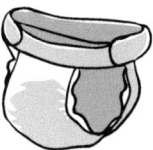

tã lót

pelenë

văn phòng
zyrë

máy chủ
server

tủ hồ sơ
skedar

máy in
printer

màn hình
ekran

giấy
letër

bàn làm việc
tavolinë

chuột máy tính
maus

thư mục
dosje

bàn phím
tastierë

thùng rác giấy
kosh letrash

máy tính
kompjuter

ghế
karrige

cốc cà phê

filxhan kafeje

máy tính bỏ túi

makinë llogaritëse

internet

internet

laptop

kompjuter portativ

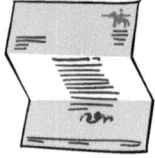

thư

letër

tin nhắn

mesazh

điện thoại di động

telefon

mạng

rrjet

máy photocopy

fotokopje

phần mềm

program

điện thoại

telefon

ổ cắm điện

prizë

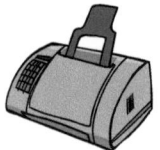

máy fax

pajisje faksi

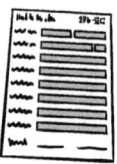

mẫu đơn

formular

chứng từ

dokument

mua
....
blej

trả tiền
....
paguaj

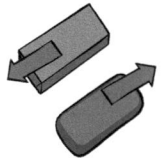

buôn bán
....
tregtoj

tiền
....
para

đô la
....
dollar

Euro
....
euro

yên
....
jen

rúp
....
rubla

franc Thụy Sĩ
....
franga zvicerane

nhân dân tệ
....
juani kinez

rupi
....
rupje

máy rút tiền tự động
....
bankomat

quầy đổi tiền

pikë këmbimi valutor

vàng

ar

bạc

argjend

dầu

nafta

năng lượng

energji

giá tiền

çmim

hợp đồng

kontratë

thuế

taksë

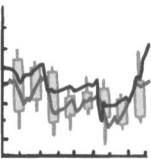

cổ phiếu

aksione

làm việc

punoj

nhân viên

punonjës

chủ lao động

punëdhënës

nhà máy

fabrikë

cửa hiệu

dyqan

nghề nghiệp
profesionet

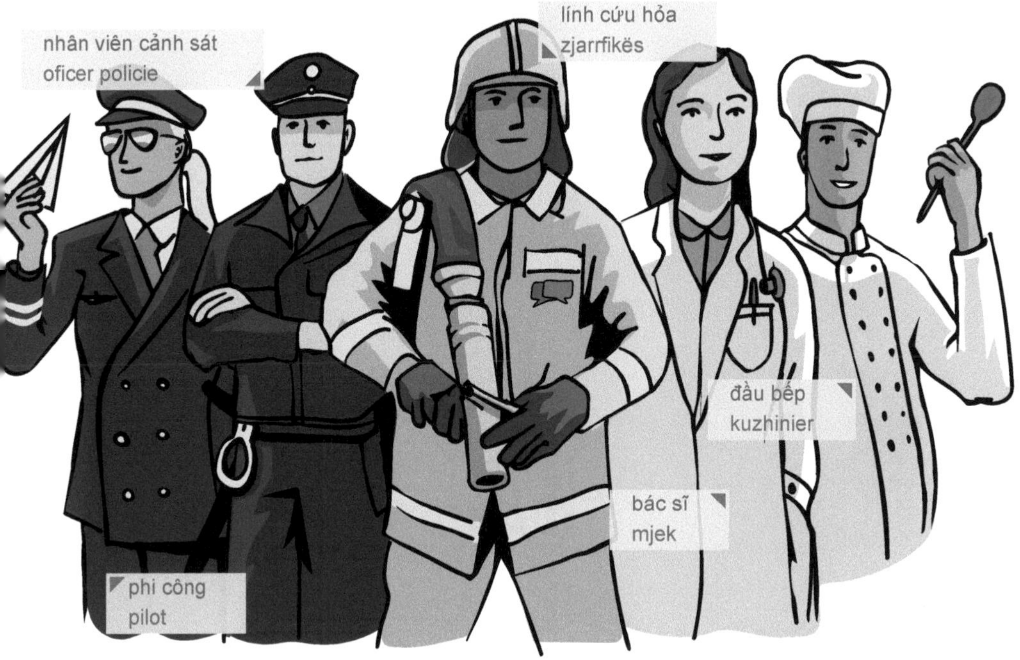

nhân viên cảnh sát
oficer policie
lính cứu hỏa
zjarrfikës
đầu bếp
kuzhinier
bác sĩ
mjek
phi công
pilot

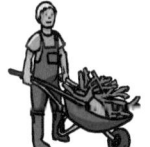

người làm vườn

kopshtar

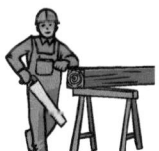

thợ mộc

marangoz

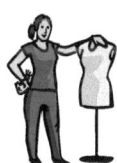

thợ may

rrobaqepëse

chánh án

gjykatës

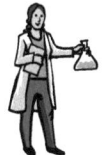

nhà hóa học

kimist

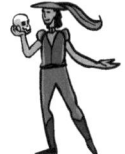

diễn viên

aktor

tài xế xe buýt

shofer autobuzi

người lái taxi

taksist

ngư dân

peshkatar

người lau dọn vệ sinh

pastruese

thợ lợp mái nhà

riparues çatish

bồi bàn

kamarier

thợ săn

gjuetar

họa sĩ

piktor

thợ làm bánh

furrxhi

thợ điện

elektriçist

thợ xây dựng

ndërtues

kỹ sư

inxhinier

người hàng thịt

kasap

thợ sửa ống nước

hidraulik

người đưa thư

postieri

người lính

ushtar

kiến trúc sư

arkitekt

nhân viên thu ngân

arkëtar

người bán hoa

luleshitës

thợ cắt tóc

berber

nhân viên soát vé

kontrollor

thợ cơ khí

mekanik

thuyền trưởng

kapiten

nha sĩ

dentist

nhà khoa học

shkencëtar

giáo sĩ Do thái

rabin

lãnh tụ Hồi giáo

imam

nhà sư

murg

mục sư

klerik

dụng cụ
mjete

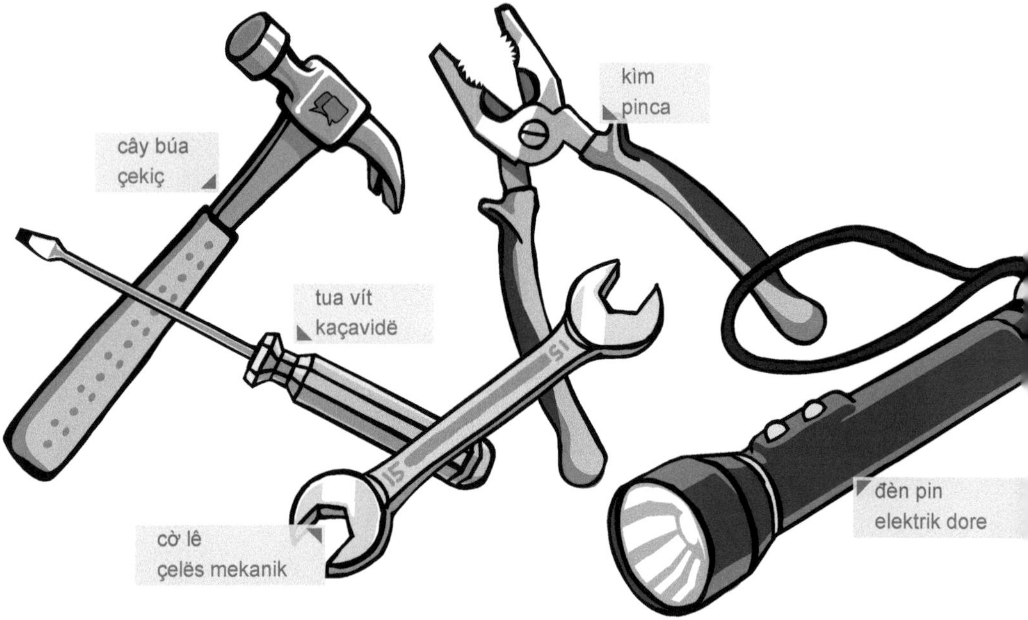
cây búa
çekiç
kìm
pinca
tua vít
kaçavidë
cờ lê
çelës mekanik
đèn pin
elektrik dore

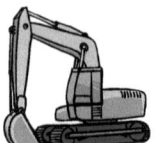

máy xúc đất

ekskavator

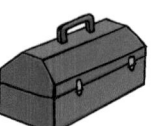

hộp dụng cụ

kuti veglash

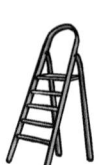

cái thang

shkallë

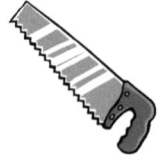

cưa

sharrë

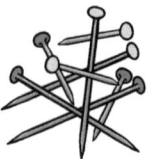

đinh

gozhdë

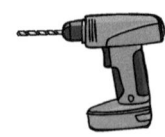

máy khoan

trapan

sửa chữa
riparoj

cái xẻng
lopatë

khốn nạn!
Dreq!

cái hót rác
kaci

thùng sơn
kuti boje

vít
vidhë

nhạc cụ
instrumenta muzikorë

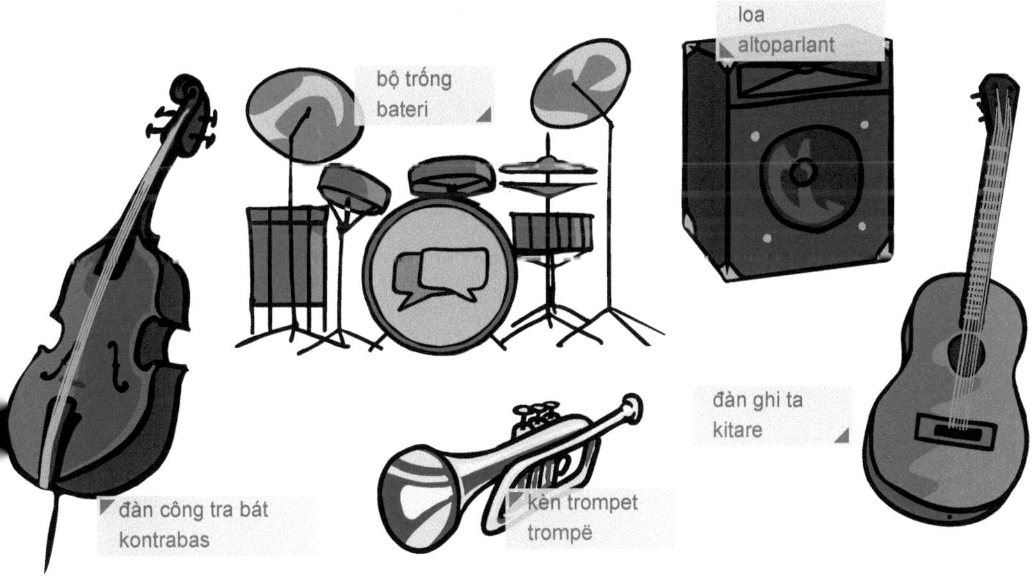

loa
altoparlant

bộ trống
bateri

đàn ghi ta
kitare

đàn công tra bát
kontrabas

kèn trompet
trompë

đàn piano

piano

đàn vĩ cầm

violinë

ghi ta bass

bas

trống định âm

tamburë

trống

daulle

đàn organ

tastierë pianoje

kèn Saxophone

saksofon

sáo

flaut

micro

mikrofon

nhạc cụ - instrumenta muzikorë

vườn bách thú
kopsht zoologjik

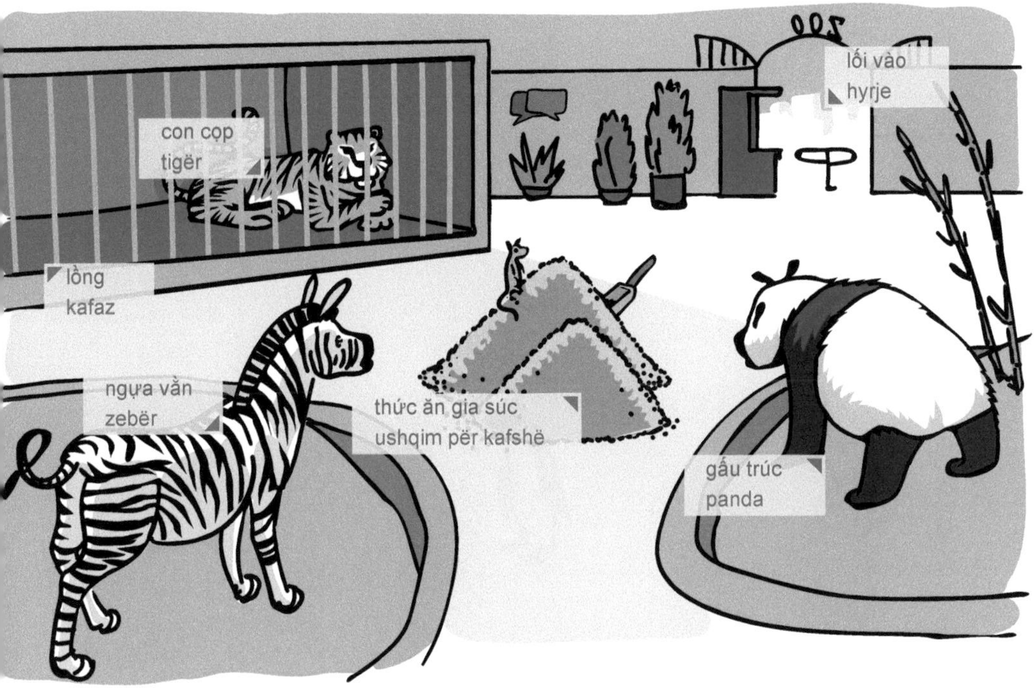
con cọp
tigër
lối vào
hyrje
lồng
kafaz
ngựa vằn
zebër
thức ăn gia súc
ushqim për kafshë
gấu trúc
panda

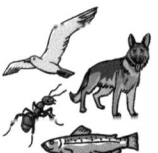

động vật
kafshë

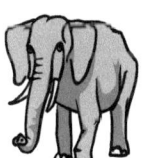

con voi
elefant

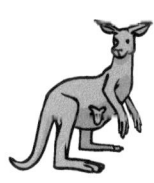

chuột túi
kangur

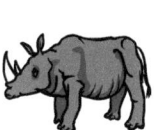

tê giác
rinoceront

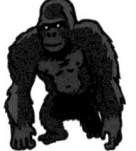

khỉ đột
gorillë

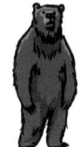

con gấu
ari

lạc đà
deve

đà điểu
struc

sư tử
luan

con khỉ
majmun

hồng hạc
flamingo

con vẹt
papagall

gấu bắc cực
ari polar

chim cánh cụt
pinguin

cá mập
peshkaqen

con công
pallua

con rắn
gjarpër

cá sấu
krokodil

người trông giữ vườn bách
thú
punonjës i kopshtit zoologjik

hải cẩu
fokë

báo đốm
xhaguar

ngựa lùn

poni

con báo

leopard

hà mã

hipopotam

hươu cao cổ

gjirafë

đại bàng

shqiponjë

heo rừng

derr i egër

cá

peshk

con rùa

breshkë

hải mã

lopë deti

con cáo

dhelpër

linh dương

gazelë

bóng bầu dục Mỹ
futboll amerikan

đua xe đạp
çiklizëm

quần vợt
tenis

bóng rổ
basketboll

bơi
not

đấm bốc
boks

khúc côn cầu trên băng
hokej mbi akull

bóng đá
futboll

cầu lông
badminton

điền kinh
atletikë

bóng ném
hendboll

trượt tuyết
ski

polo
polo

nhảy
hidhem

cười
qesh

ôm
përqafoj

đi bộ
eci

ca hát
këndoj

mơ
ëndërroj

cầu nguyện
lutem

hôn
puth

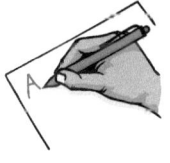

viết
shkruaj

vẽ
vizatoj

chỉ trỏ
tregoj

đẩy
shtyj

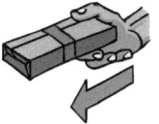

cho
jap

lấy đi
marr

có
kam

làm
bëj

thì / là
jam

đứng
qëndroj

chạy
vrapoj

kéo
tërheq

ném
hedh

rơi
bie

nằm
shtrihem

chờ đợi
pres

mang vác
mbaj

ngồi
ulem

mặc quần áo
vishem

ngủ
fle

thức dậy
zgjohem

xem

shikoj

khóc

qaj

vuốt ve

përkëdhel

chải

kreh

nói chuyện

bisedoj

hiểu

kuptoj

câu hỏi

kërkoj

nghe

dëgjoj

uống

pi

ăn

ha

dọn dẹp

sistemoj

yêu

dashuroj

nấu nướng

gatuaj

lái xe

drejtoj makinën

bay

fluturoj

các hoạt động - aktivitet

65

đi thuyền buồm

lundroj

tính toán

llogaris

đọc

lexoj

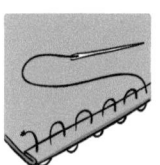

học

mësoj

làm việc

punoj

cưới

martohem

khâu vá

qep

đánh răng

laj dhëmbët

giết

vras

hút thuốc

tymos

gửi đi

dërgoj

gia đình
familje

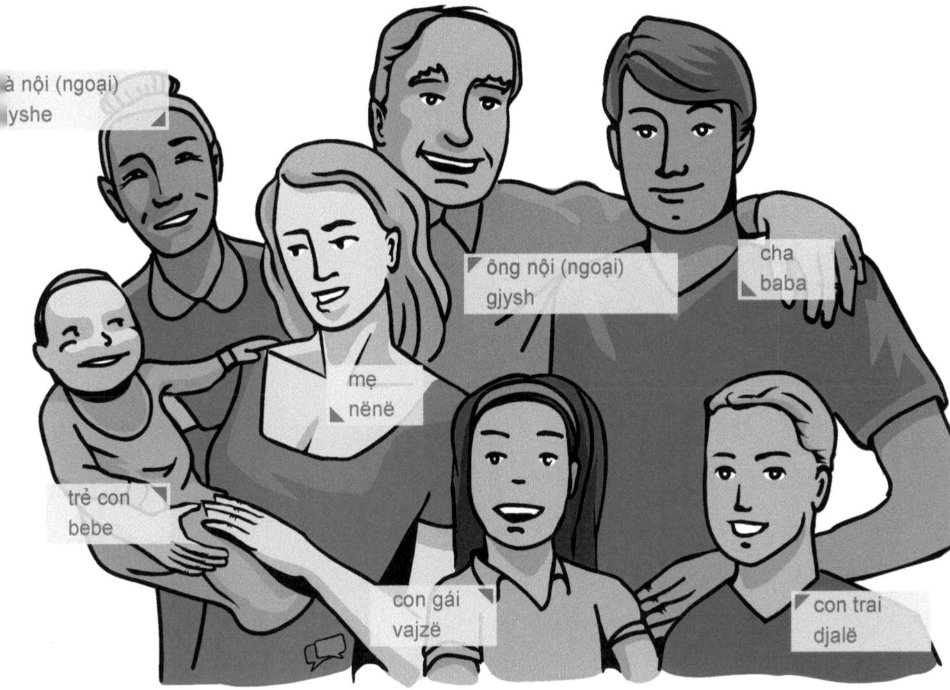
à nội (ngoại)
yshe
ông nội (ngoại)
gjysh
cha
baba
mẹ
nënë
trẻ con
bebe
con gái
vajzë
con trai
djalë

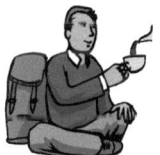

khách
mysafir

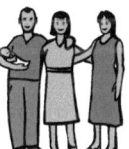

cô (dì)
teze, hallë

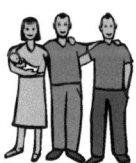

chú, bác (cậu)
dajë, xhaxha

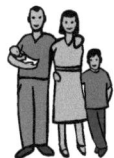

anh (em) trai
vëlla

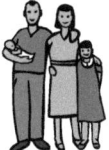

chị (em) gái
motër

cơ thể

trupi

trán
balli
mắt
syri
vai
shpatulla
ngón tay
gishti
mặt
fytyra
cằm
mjekra
bàn tay
dora
chân
këmba
ngực
krahërori
cánh tay
krahu

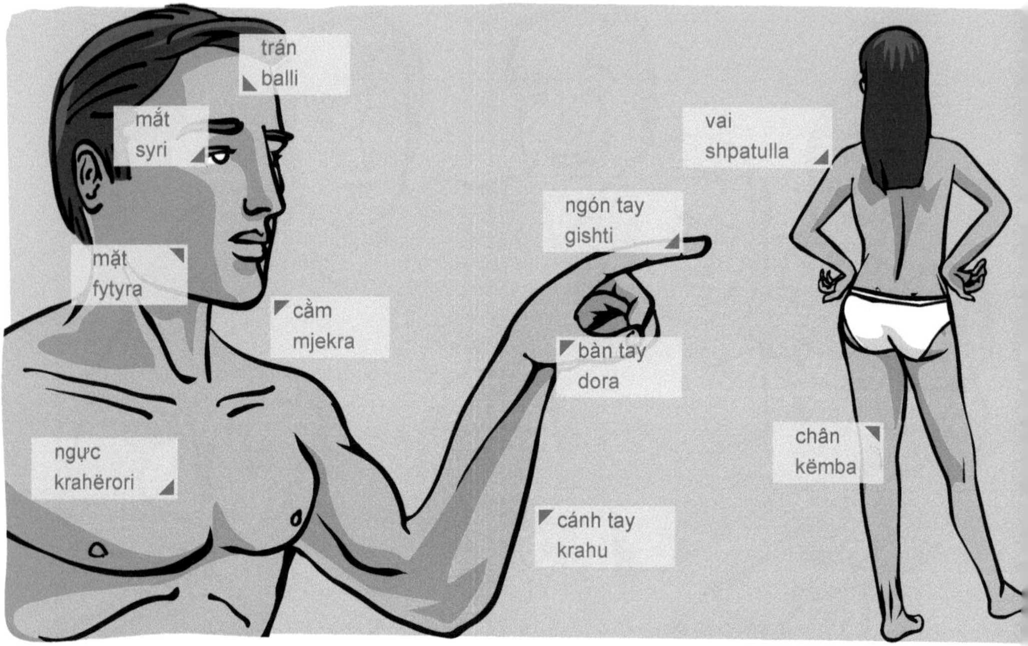

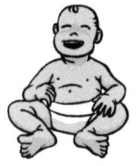

trẻ con

bebe

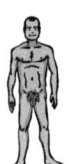

đàn ông

burrë

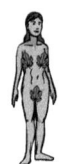

phụ nữ

grua

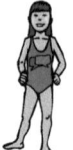

bé gái

vajzë

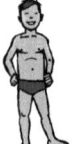

bé trai

djalë

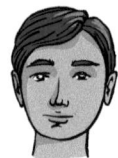

đầu

koka

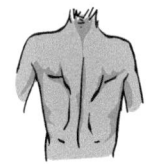

lưng

shpina

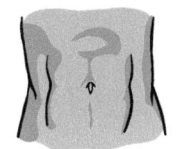

bụng

barku

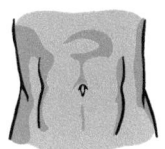

rốn

kërthiza

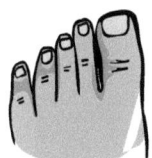

ngón chân

gisht këmbe

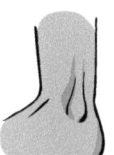

gót chân

Thembra

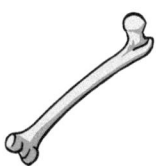

xương

kockë

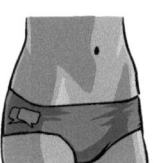

hông

legeni

đầu gối

gjuri

khuỷu tay

bërryli

mũi

hunda

mông

vithe

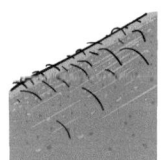

da

lëkura

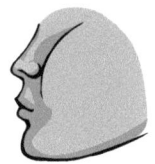

má

faqja

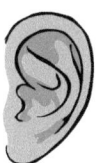

tai

veshi

môi

buza

miệng

goja

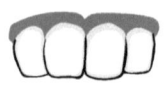

răng

dhëmbët

lưỡi

gjuha

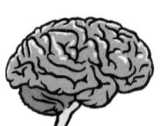

não

truri

tim

zemra

cơ bắp

muskul

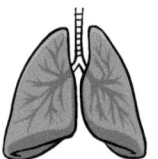

phổi

mushkëria

gan

mëlçia

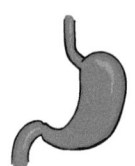

dạ dày

stomaku

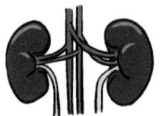

thận

veshka

giao hợp

seks

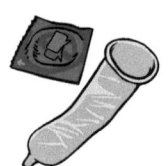

bao cao su

prezervativ

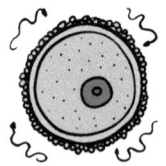

noãn

veza

tinh dịch

sperma

mang thai

shtatëzani

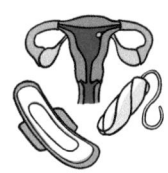

kinh nguyệt

menstruacione

âm vật

vagina

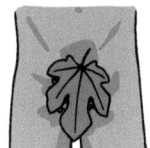

dương vật

penis

lông mày

vetulla

tóc

flokët

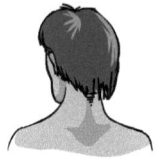

cổ

qafa

bệnh viện

spital

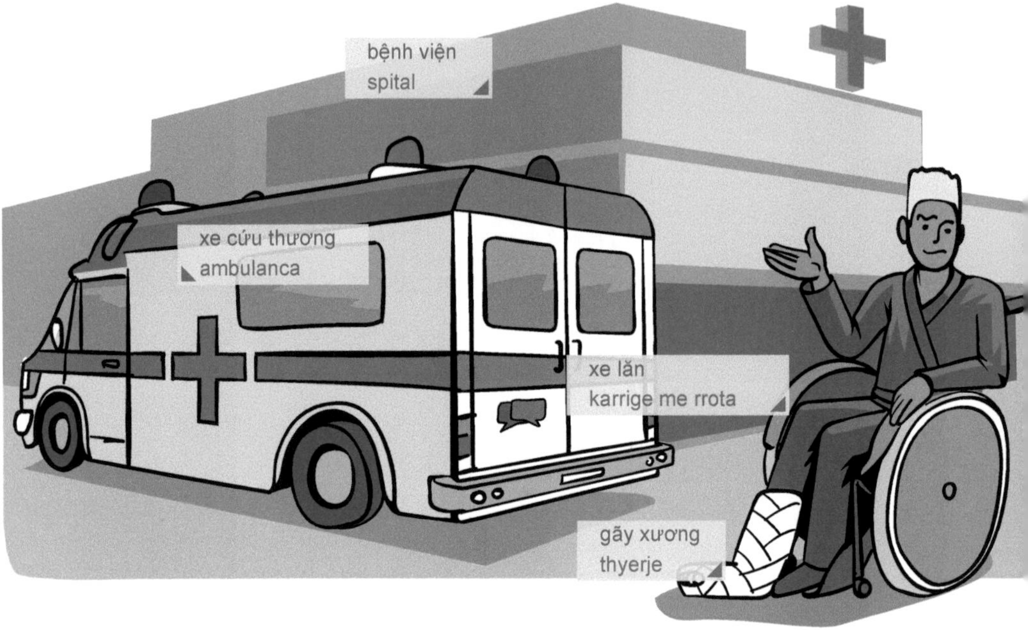

bệnh viện
spital
xe cứu thương
ambulanca
xe lăn
karrige me rrota
gãy xương
thyerje

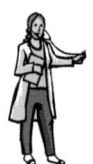

bác sĩ

mjek

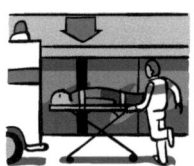

phòng cấp cứu

sallë urgjencash

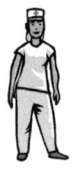

y tá

infermiere

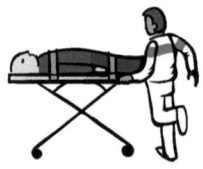

cấp cứu

emergjencë

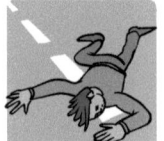

bất tỉnh

i pandërgjegjshëm

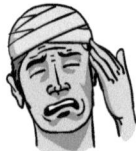

cơn đau

dhimbje

bị thương

dëmtim

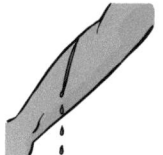

chảy máu

gjakosje

nhồi máu cơ tim

infarkt

đột quỵ

goditje

dị ứng

alergji

ho

kolla

sốt

ethe

cúm

grip

tiêu chảy

diarre

đau đầu

dhimbje koke

ung thư

kancer

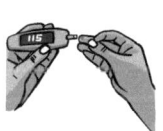

bệnh tiểu đường

diabet

bác sĩ phẫu thuật

kirurg

dao mổ

bisturi

giải phẫu

operacion

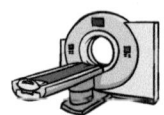

chụp cắt lớp

CT (skaner)

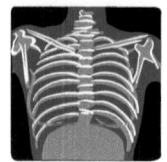

chụp x-quang

radiografi

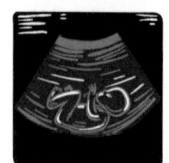

siêu âm

ultratingull

mặt nạ

maskë fytyre

bệnh

sëmundje

phòng đợi

dhomë pritjeje

cái nạng

paterica

băng dán vết thương

leukoplast

băng bó

fasho

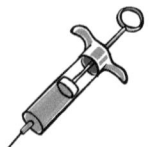

tiêm thuốc

injeksion

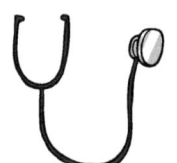

ống nghe khám bệnh

stetoskop

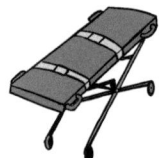

băng ca

barelë

nhiệt kế

termometër

sinh đẻ

lindje

thừa cân

mbipeshë

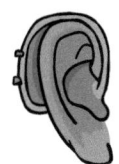

máy trợ thính

aparat dëgjimi

chất khử trùng

dezinfektant

nhiễm trùng

infeksion

vi rút

virus

HIV / AIDS

HIV / AIDS

thuốc

mjekësi, mjekim

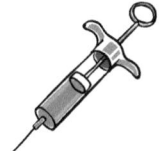

tiêm chủng

vaksinim

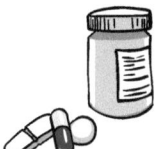

thuốc viên

tableta

viên thuốc

pilulë

gọi cấp cứu

telefonatë emergjence

máy đo huyết áp

aparat tensioni

bệnh / khỏe mạnh

i sëmurë / i shëndetshëm

cứu!

Ndihmë!

báo động

alarm

cuộc đột kích

sulm

sự tấn công

atak

mối nguy hiểm

rrezik

lối thoát hiểm

dalje emergjence

cháy!

Zjarr!

bình chữa cháy

fikëse zjarri

tai nạn

aksident

bộ dụng cụ sơ cứu

kuti e ndimës së shpejtë

SOS

SOS

cảnh sát

policia

châu Âu

Europa

Bắc Mỹ

Amerika e Veriut

Nam Mỹ

Amerika e Jugut

châu Phi

Afrika

châu Á

Azia

châu Úc

Australia

Đại Tây Dương

Atlantiku

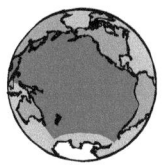

Thái Bình Dương

Paqësori

Ấn Độ Dương

Oqeani Indian

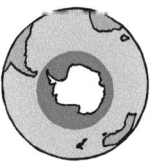

Nam Cực Dương

Oqeani Antarktik

Bắc Băng Dương

Oqeani Arktik

bắc cực

Poli i veriut

nam cực

Poli i Jugut

nam cực

Antarktida

trái đất

toka

đất liền

tokë

biển

det

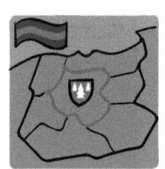

đảo

ishull

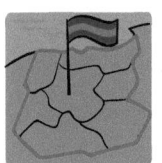

quốc gia

komb

nhà nước

shtet

mặt đồng hồ

fusha e orës

kim chỉ giờ

akrepi i orës

kim chỉ phút

akrepi i minutave

kim chỉ giây

akrepi i sekondave

Bây giờ là mấy giờ?

Sa është ora?

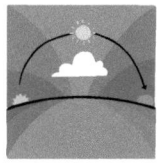

ngày

ditë

thời gian

kohë

bây giờ

tani

đồng hồ điện tử

orë dixhitale

phút

minutë

giờ

orë

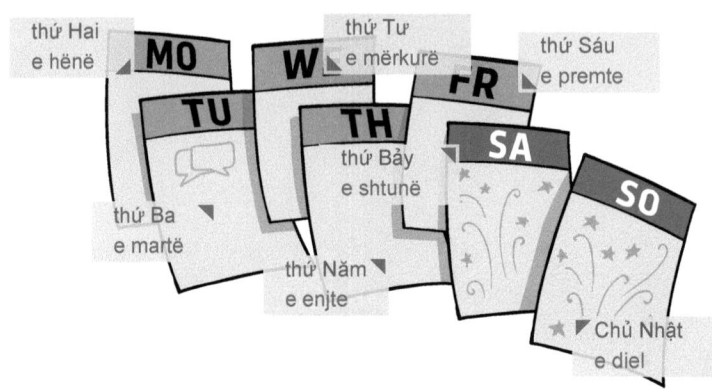

thứ Hai
e hënë — MO

thứ Tư
e mërkurë — W

thứ Sáu
e premte — FR

TU

TH

SA

thứ Bảy
e shtunë

thứ Ba
e martë

thứ Năm
e enjte

SO

Chủ Nhật
e diel

hôm qua

dje

hôm nay

sot

ngày mai

nesër

buổi sáng

mëngjes

buổi trưa

mesditë

buổi tối

mbrëmje

MO	TU	WE	TH	FR	SA	SU
1	2	3	4	5	6	7
8	9	10	11	12	13	14
15	16	17	18	19	20	21
22	23	24	25	26	27	28
29	30	31	1	2	3	4

ngày làm việc

ditë pune

MO	TU	WE	TH	FR	SA	SU
1	2	3	4	5	6	7
8	9	10	11	12	13	14
15	16	17	18	19	20	21
22	23	24	25	26	27	28
29	30	31	1	2	3	4

cuối tuần

fundjavë

năm

vit

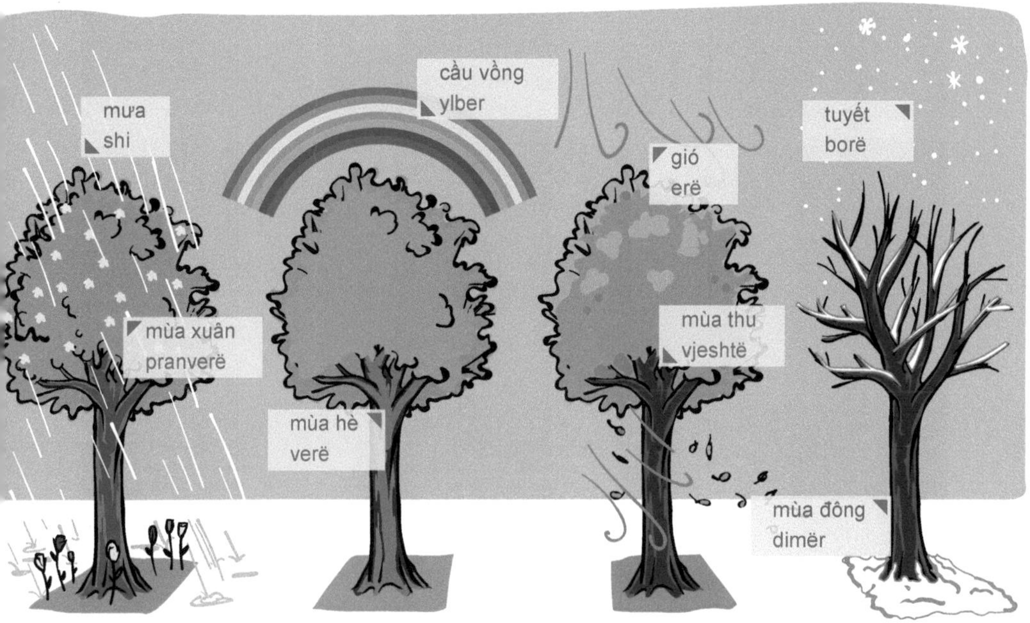

mưa
shi
cầu vồng
ylber
tuyết
borë
gió
erë
mùa xuân
pranverë
mùa thu
vjeshtë
mùa hè
verë
mùa đông
dimër

4.APRIL 11°
5.APRIL 4°
6.APRIL 13°
7.APRIL 8°
8.APRIL 10°

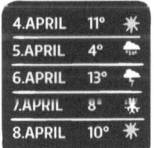

dự báo thời tiết

parashikimi i motit

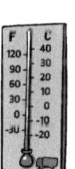

nhiệt kế

termometër

ánh nắng

ndriçim dielli

mây

re

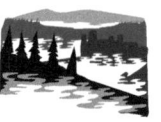

sương mù

mjegull

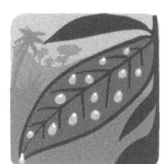

độ ẩm không khí

lagështi

tia chớp

vetëtima

sấm sét

gjëmim

cơn bão

stuhi

mưa đá

breshër

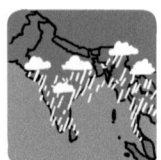

gió mùa

muson

lũ lụt

përmbytje

nước đá

akull

tháng Một

janar

tháng Hai

shkurt

tháng Ba

mars

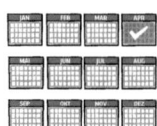

tháng Tư

prill

tháng Năm

maj

tháng Sáu

qershor

tháng Bảy

korrik

tháng Tám

gusht

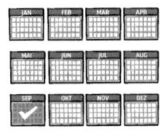

tháng Chín

shtator

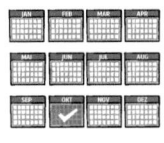

tháng Mười

tetor

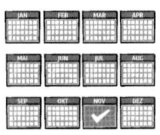

tháng Mười Một

nëntor

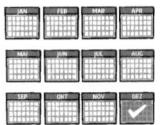

tháng Mười Hai

dhjetor

hình dạng
forma

hình tròn

rreth

hình vuông

katror

hình chữ nhật

drejtkëndësh

hình tam giác

trekëndësh

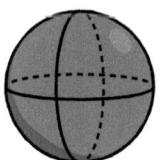

hình cầu

sferë

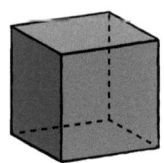

khối vuông

kub

màu trắng

e bardhë

màu vàng

e verdhë

màu cam

portokalli

màu hồng

rozë

màu đỏ

e kuqe

màu tím

vjollcë

màu xanh dương

blu

màu xanh lá cây

e gjelbër

màu nâu

kafe

màu xám

gri

màu đen

e zezë

nhiều / ít

shumë / pak

tức tối / điềm tĩnh

i nevrikosur / i qetë

xinh đẹp / xấu xí

i bukur / i shëmtuar

bắt đầu / kết thúc

fillim / fund

to / nhỏ

i madh / i vogël

sáng / tối

i ndritshëm / i errët

anh (em) trai / chị (em) gái

vëlla / motër

sạch / bẩn

e pastër / e pistë

đủ / thiếu

e plotë / jo e plotë

ngày / đêm

ditë / natë

chết / sống

gjallë / vdekur

rộng / chật hẹp

i gjerë / i ngushtë

ăn được / không ăn được

i ngrënshëm / i
pangrënshëm

ác / tử tế

i keq / i këndshëm

hào hứng / chán nản

i lumtur / i mërzitur

béo / gầy

i shëndoshë / i dobët

đầu tiên / cuối cùng

e para / e fundit

bạn / thù

mik / armik

đầy / rỗng

plot / bosh

cứng / mềm

e fortë / e butë

nặng / nhẹ

e rëndë / e lehtë

đói / khát

uri / etje

bệnh / khỏe mạnh

i sëmurë / i shëndetshëm

bất hợp pháp / hợp pháp

e paligjshme / e ligjshme

thông minh / ngu

i zgjuar / budalla

trái / phải

majtas / djathtas

gần / xa

afër / larg

mới / cũ

e re / e përdorur

không có gì cả / có cái gì đó

asgjë / diçka

già / trẻ

i moshuar / i ri

bật / tắc

ndezur / fikur

mở / đóng

hapur / mbyllur

im lặng / ồn ào

i qetë / i zhurmshëm

giàu / nghèo

i pasur / i varfër

đúng / sai

e drejtë / e gabuar

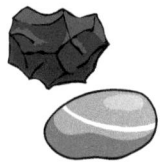

sần sùi / mịn màng

i ashpër / i butë

buồn / vui

i mërzitur / i lumtur

ngắn / dài

i shkurtër / i gjatë

chậm / nhanh

ngadalë / shpejt

ẩm ướt / khô ráo

i lagësht / i thatë

ấm áp / mát mẻ

ngrohtë / freskët

chiến tranh / hòa bình

luftë / paqe

0

số không

zero

1

một

një

2

hai

dy

3

ba

tre

4

bốn

katër

5

năm

pesë

6

sáu

gjashtë

7

bảy

shtatë

8

tám

tetë

9

chín

nentë

10

mười

dhjetë

11

mười một

njëmbëdhjetë

12

mười hai

dymbëdhjetë

13

mười ba

trembëdhjetë

14

mười bốn

katërmbëdhjetë

15

mười lăm

pesëmbëdhjetë

16

mười sáu

gjashtëmbëdhjetë

17

mười bảy

shtatëmbëdhjetë

18

mười tám

tetëmbëdhjetë

19

mười chín

nentëmbëdhjetë

20

hai mươi

njëzetë

100

một trăm

qind

1.000

một ngàn

mijë

1.000.000

một triệu

milion

con số - numra

tiếng Anh

anglisht

tiếng Anh Mỹ

anglishte amerikane

tiếng Quan Thoại

kinezisht mandarin

tiếng Hin-di

hindi

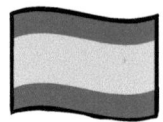

tiếng Tây Ban Nha

spanjisht

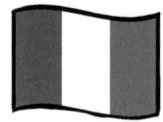

tiếng Pháp

frëngjisht

tiếng Ả-rập

arabisht

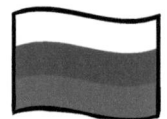

tiếng Nga

rusisht

tiếng Bồ Đào Nha

portugalisht

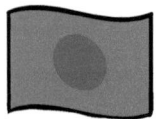

tiếng Bengal

bengalisht

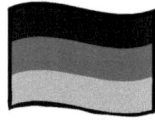

tiếng Đức

gjermanisht

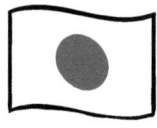

tiếng Nhật

japonisht

tôi
unë

bạn
ti

anh ta / cô ta / nó
ai / ajo

chúng tôi
ne

các bạn
ju

họ
ata

ai?
kush?

cái gì?
çfarë?

như thế nào?
si?

ở đâu?
ku?

lúc nào?
kur?

tên
emër

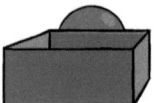

phía sau

pas

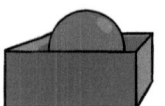

ở trong

në

phía trước

përballë

phía trên

sipër

ở trên

mbi

ở dưới

poshtë

bên cạnh

pranë

ở giữa

midis

chỗ

vend